കാവ്യജാലകം

കവിതാസമാഹാരം

കൊച്ചിൻ സാഹിത്യ അക്കാദമി

കഥാജാലകത്തിന്റെ സാഹിത്യ പ്രവർത്തനങ്ങൾക്ക്
പിൻതുണനൽകി ഒപ്പം നിൽക്കുന്ന എല്ലാ നല്ല
സൗഹൃദങ്ങൾക്കുമായി കൊച്ചിൻ സാഹിത്യ
അക്കാദമിയുടെ സഹകരണത്തോടെ പ്രസിദ്ധികരിച്ച
കഥാജാലകത്തിന്റെ പ്രഥമ കവിതാസമാഹാരം
"കാവ്യജാലകം " സമർപ്പിക്കുന്നു

KAVYAJAALAKAM

Catagory   : Poems
Language   : Malayalam
Author   : Kadhaajaalakam
Address   : Vipin 's Arcade
                     Palluruthy P.O
                     Eranakulam
                     Kochi
                     pin   : 682006
                     Mob : 9846076701

First published in : December 2022
Published by   : Cochin sahithya accadamy
Address   : Vipin 's Arcade
                     Palluruthy P.O
                     Kochi
                     Eranakulam
                     Pin   : 682006
                     Mob : 7907383303

Coverpage Design : Robert Antony
Editing   : Robin palluruthy

ISBN.NO   : 0000000420326
Price   : 110/-

ഉള്ളടക്കം

ആമുഖം

പ്രിയ മിത്രങ്ങളെ ,
2010 ൽ രൂപീകരിച്ച കൊച്ചിൻ സാഹി
ത്യ അക്കാദമിയുടെ മഹത്തായ ലക്ഷ്യ
ങ്ങൾ :- നവതലമുറയെ വായനാശീലം
പരിശീലിപ്പിച്ചും, കുട്ടികളുടെ സർഗ്ഗവാ
സനകളെ പരിപോഷിപ്പിച്ചും, മലയാള 
അക്ഷരക്കൂട്ടങ്ങളിലൂടെ അറിവുപകർന്നും മലയാള
സാഹിത്യത്തിലെ ഉന്നത ശ്രേണിയിൽ കൊണ്ടുവരു
ന്നതിലും ആനന്ദം കൊള്ളുകയാണ്. അതോടൊപ്പം
അഭിമാനിക്കുകയാണ്.

സാഹിത്യരംഗത്ത് കവിത, കഥ, ചെറുകഥ, പ്രസംഗക
ല,ലേഖനം, പ്രബന്ധം, നോവൽ തുടങ്ങിയ വിഷയങ്ങ
ൾ പരിശീലിപ്പിച്ചും, പ്രചരിപ്പിച്ചും, മത്സരിപ്പിച്ചും ജന്മ
നായുള്ള സാഹിത്യവാസനകളെ, ഉള്ളറിവിനെ സമൂ
ഹത്തിനുമുന്നിൽ മികച്ച സാഹിത്യ സംഭാവനകയായി
അവതരിപ്പിക്കുവാനുമുള്ള പരിശ്രമം തുടരുന്ന സാഹ
ചര്യത്തിൽ സാഹിത്യരംഗത്ത് പരിചയപ്പെട്ടതും ഇനി
പരിചയപ്പെടാനിരിക്കുന്നതുമായ കവികളുടെയും,
കഥാകൃത്തുക്കളുടേയും, പുസ്തക രചയിതാക്കളു
ടേയും ഒരു കൂട്ടായ്മ സൃഷ്ടിച്ച് കഥാ ജാലകത്തിനു
വേണ്ടി "കൊച്ചിൻ സാഹിത്യ അക്കാദമി " പ്രസിദ്ധീക
രിക്കുന്ന പ്രഥമ കവിതാ സമാഹാരമാണ്. "കാവ്യജാല
കം" ഈ മഹാസംരംഭം ഇരുകരങ്ങളും നീട്ടി സ്വീകരി
ക്കുമെന്ന ആത്മവിശ്വാസത്തോടെ.

പി.എസ്.വിപിൻ പള്ളുരുത്തി
കൊച്ചിൻ സാഹിത്യ അക്കാദമി, പ്രസിഡന്റ്

കടപ്പാട്

   കഥാജാലകം
ഓൺലൈൻ മാഗസിൻ

അവതാരിക

സ്നേഹപൂർവ്വം ..

പ്രദീപ് പള്ളുരുത്തി

കഥാജാലകം ഓൺലൈൻ മാസികയുടെ പ്രഥമ കവി
താ സമാഹാരമായ കാവ്യജാലകത്തിൽ കവിതകളു
മായി സാന്നിദ്ധ്യമറിയിച്ച നവമാധ്യമ എഴുത്തു ലോക
ത്തിലെ പ്രതിഭാധനരായ എല്ലാ കൂട്ടുകാർക്കും നാളെ
യിൽ നിങ്ങളുടെ ഭാവന നിറച്ച തൂലികത്തുമ്പിനാൽ
മലയാള സാഹിത്യശാഖയിൽ വിസ്മയം തീർക്കാൻ
കഴിയട്ടെയെന്ന് പ്രർത്ഥിച്ചുകൊണ്ട് എല്ലാവിധ ആശം
സകളും നേരുന്നു. അതിനോടൊപ്പം തന്നെ കഥാജാ
ലകം ഓൺലൈൻ മാസികയുടേയും, കഥാമിത്രം സൗ
ഹൃദ കൂട്ടായ്മയുടേയും, കൊച്ചിൻ സാഹിത്യ അക്കാദ
മിയുടേയും, പുതിയതാളുകൾ മുഖപുസ്തക പേജി
ന്റെയും നിസ്വാർത്ഥമായ കലാസാഹിത്യ പ്രോത്സാഹ
ന പ്രവർത്തനങ്ങൾ തുടർന്നും വളർന്നുവരുന്ന പുതി
യ എഴുത്തുകാർക്കും കലാകാരന്മാർക്കും പ്രചോദന
മാകട്ടെയെന്നും ആശംസിച്ചുകൊണ്ട് കഥാജാലക
ത്തിന്റെ അമരക്കാർക്കും അംഗങ്ങൾക്കും എല്ലാവി
ധ പിൻതുണയും ഭാവുകങ്ങളും നേരുകയും ചെയ്യു
ന്നു.

ഉള്ളടക്കം

ഉള്ളടക്കം

1. കാവ്യജാലകം

മലർവാടിയിലനുദിനം വിരിയും
സുമങ്ങൾപോൽ
ദിനം ദിനം നിറയട്ടെ
നവ നവ രചനകൾ ഭാവനയിലും,
നാമെഴുതുന്ന വാക്കുകൾ നിത്യം
കാമ്പുള്ളതാകണം
കഴമ്പുള്ളതാകണം നേരായ
കാഴ്ചതൻ നേർചിത്രമാകണം,
അവ ചാരം തിങ്ങിയ
അസത്യത്തിനുള്ളിലും അണയാതെ
എരിയുന്ന കനലുപോലാകണം,
അക്ഷരങ്ങളാലെ നാം താളിൽ
കാവ്യലോകം തീർക്കുമ്പോൾ നേരിന്റെ
വാക്കതിൽ മായാതെ നിൽക്കണം,
സത്യവും ധർമ്മവും നീതിയും
ന്യായവും കവിതയായ് കഥകളായ്
ഇനിയും പിറക്കട്ടെയെന്നും അക്ഷര
സ്നേഹിതൻ മാനസത്തിൽ,
അവയെല്ലാം പുലരിയിൽ
വിരിയുന്ന ജാലക കാഴ്ചപോൽ
നിറയട്ടെ അറിവേകും കാവ്യമായ്
കാവ്യജാലകത്തിലും .

റോബിൻ
പള്ളുരുത്തി

2. പതനം

വൻ വൃക്ഷം തൻ ശാഖയിൽ
ഋതുഭേതമറിഞ്ഞു ഞാൻ
കഴിഞ്ഞു.
സൗന്ദര്യലഹരിയിൽ ആറടിയ
ഞാൻ ഉന്മാതലഹരിയിൽ ഉറങ്ങി
ചുറ്റും വർണങ്ങളാൽ ജീവിതം
ശോഭനം
കുരുടാനായ ഞാൻ കണ്ടില്ല
മുന്നിലെ നാശം
എന്നിലെ വർണങ്ങൾ അത്രയും
തീരുന്ന കാലം വരെ ചുറ്റും
പരിചാരകരും
പരിചരണവും
ഞാൻ വിവർണനായി നിൽക്കവേ
ചുറ്റും പരിഹാസങ്ങളും
ആക്ഷേപങ്ങളും
നാസികയുടെ മുന്നിൽ നാശം
എത്തി
ഞാൻ ഇന്ന് അടർന്നു വീണ ഒരു
കരിയില ആണ്.
മരത്തിലെ ഇലകൾ
ചിരിക്കുമ്പോൾ
എന്റെ ഒപ്പം നിലം പതിഞ്ഞ
മറ്റിലകൾ കരയുന്നു
ഞങ്ങൾ പരസ്പരം പറയുന്നു
നമ്മൾ കൊഴിഞ്ഞടർന്നു വീണു!
നിലം പതിച്ചു!

ഡിബിൻ സി. ഡി

3.വിരൽചൂണ്ടുമിലകൾ.

ഇന്നലെ പെയ്തൊരാ വേനൽ
മഴയിലെൻ
പാതയോരത്തിലുതിർന്നൊരീ
പത്രങ്ങൾ
പാവമെന്നമ്മതന്നെല്ലിച്ച
വിരലുപോൽ പരതുന്നതെന്താണ്
മണ്ണിൻ നെറുകയിൽ?
ഉയിരേകിയെന്നിലൊരു
പാശത്തിന്നുറവുകൾ
കിനിയുവാനവളേകിയമ്മിഞ്ഞ
മധുരവും
അലിവിന്റെ കണ്ണിലൊരു ഹരിതാഭ
കാണുവാൻ
തൊടിയിൽ നനച്ചുകൊണ്ടവൾ
ചൊന്നതോർപ്പു ഞാൻ
നനവുള്ള മണ്ണിതിൽ തളിരിടും
നാമ്പുകൾക്കുയിരേകുമുറവുകൾ
തെളിനീര് കിനിയുവാൻ
ഒരു തുള്ളി വെള്ളവുമുയിരാണ
തെന്നപോൽ കരുതലായ്
കാക്കണമൂഴിതന്നുയിരിനായ്
ചുട്ടുപൊള്ളുന്നൊരീ പാതയിൽ
കൊഴിയുമീ
ഇലകൾ വിരൽച്ചൂണ്ടി നിൽപ്പിതാ
ചോദ്യമായ്
മഴനീര് കരുതുമീ കുന്നും തടാകം,
പുഴകളും
മാഞ്ഞു പോയില്ലേ? മറന്നു
നീയമ്മയെത്തന്നെയും.

വി. കടത്തനാട്

4. മൗനം

ഹൃദയത്തിൽ ഞാനെന്നോ
മറന്നുവെച്ച അക്ഷരങ്ങൾ
തിരയുകയാണിന്നുഞാൻ.....
പാതിമയക്കത്തിൽഞാൻ
കണ്ടസ്വപ്നമല്ലേ നീ.....

മാഗ്ളിൻ
ജാക്സൺ

എന്റെസ്വപ്നങ്ങളും
പ്രണയവുംപ്രതീക്ഷകളുമൊക്കെ
വാഴനാരിൽ കോർത്ത്
ഓർമ്മകളാക്കി....

ഞാൻകണ്ടസ്വപ്നങ്ങളൊക്കെ
നഷ്ടമായപ്പോൾ
ഹൃദയത്തിൽ ആരും കാണാതെ
ഒളിപ്പിച്ചുവച്ച മിഴിനീർമുത്തുകൾ...
മിഴികളിലൂടെ ഇടമുറിയാതെ
പെയ്തിറങ്ങി...

അശ്രുകണങ്ങൾ
എന്നോടു ചോദിച്ചു,
എന്തിനുഹൃദയത്തിൽ
ചിതറിയചിന്തകൾ മാത്രം
നൽകി നീ കടന്നുപോയ്
പ്രണയത്തിൻമേഘതുണ്ടുകൾതേടി
അലയുന്നു ഞാൻ
നൂലറുത്തുമാറ്റിയ
പട്ടംപോലെദിശയറിയാതെ....

5. കരിയിലകളുടെ രോദനം

തണലേകി, ജീവവായു നൽകും
തരുക്കളിൽ നിന്നിതാ കൊഴിയുന്നു.
അവസാന ശ്വാസവും നിലച്ച്
ഞെട്ടറ്റു വീഴുന്ന പഴുത്തിലകൾ.

മണ്ണിൽ വീണുകിടക്കും ഇലകൾ
കരിയിലയായി മാറുന്ന നിമിഷം
ഇനിയൊരു മടക്കമില്ലെന്ന ചിന്ത
പൊഴിയും ഇലകളെ അലട്ടുന്നുവോ

ലിസ ഷാജി
വെള്ളാനി

 പച്ചില കരിയിലയായ പോലെ
മാനുഷജന്മങ്ങളും മാറീടുന്നു.
ജീവിതം നൽകുമനുഭവങ്ങളാൽ
വാർദ്ധക്യം വേഗമെത്തീടുന്നു.

കൊഴിയും ഇലപോലെ ജീവിതം
കരിഞ്ഞുണങ്ങാൻ തുടങ്ങുമ്പോൾ
തിരിയെ നടക്കാൻ കൊതിക്കുന്നു.
കാലം വേഗം കടന്നുപോകുന്നിതാ.

6. വ്യർത്ഥ ജന്മം

വിദ്യാ രാജീവ്

കരിയില പോൽ കാറ്റിൽ പാറി
 നടക്കുന്നു, ഞാൻ,വ്യർത്ഥം ജന്മം .
അനാഥമായിട്ടലയുന്നൊരുവൻ
ലക്ഷ്യമേതൊന്നും തിരിയുന്നില്ല.
വിടരും മുന്നേ ശിഥിലമായെൻ
മനോവാഞ്ഛരകളെങ്ങോ
മറഞ്ഞു നിൽക്കുന്നു.
ജന്മഭൂമിയിലെ തിക്ത
അനുഭവങ്ങളെൻ
സഞ്ചാരപഥത്തിൽ
ഭയമുളവാക്കീടവേ.
പൊഴിഞ്ഞുവീണുപോകുന്നീ മണ്ണിൽ
ജീവിതമൂല്യങ്ങളൊക്കെയും.
തിരികെയെത്തി ചേരുവാൻ
കഴിയാതെ അകലെയാണിന്നു
സ്നേഹബന്ധങ്ങൾ
ഇളങ്കാറ്റിൽ പച്ചിലചാർത്തിൽ
നിന്നുമുതിർന്നു വീണ പഴുത്തില,
വാർദ്ധക്യത്തിന്റെ കയ്യിൽ വീണ
മാറാരോഗിയായ ഞാൻ.
ഇനി വേണ്ടതു നിർവ്വാണം,
ഇഹലോകത്തിലെ മോചനം!
 അതിനീശന്റെപാദത്തിൽ
മനസ്സർപ്പിച്ചിരിപ്പൂ, ഞാൻ!

7. കരിയിലകൾ കരഞ്ഞപ്പോൾ.

പച്ചയാണീ പാഴ്മരം,
ഉച്ചുകുത്തി പാഴ്മരം
നിശ്ചയിച്ചുറച്ചതാണീ..
ചില്ല തല്ലിയ കാറ്റുകൾ.
ഒച്ചവയ്ക്കാതീമരത്തിൽ
നിശ്ചലമിരുന്നു ഞങ്ങൾ
കച്ചകെട്ടിയിറങ്ങിവന്ന
കാറ്റുവന്ന നേരവും.
ഇത്രനാളുമോർത്തിരുന്നു
എത്രനാൾഞങ്ങളിങ്ങനെ?
ഒറ്റമേഘമേറിവന്ന
മാരുതന്റെമുന്നിലായ്
ഉണങ്ങിവീഴുമെന്നത്.
കരിപുരണ്ട പുകവലിച്ചു
തെരുവിൽഞങ്ങൾനിന്നതും..
തണലുതേടിവന്നുനിന്നവർ
മണലുപോലെശൂന്യമായ്
അടർന്നുവീണു ഉണങ്ങിവീണു
പെരുവഴിയിലേകരായ്
മറിഞ്ഞുവീണ ചില്ലയിൽനിന്നടർന്നുവീണ
കരിയിലപോൽ
കരിഞ്ഞുണങ്ങുമൊരുനാളുമീ ജീവിതം.
പെരുവഴിയിൽ മുളച്ചുപൊന്തി
പാതിവഴിയിൽവീണ കരിയിലകൾ
കനലുകൊണ്ടനാൾവഴിയിൽ
തണലുതന്നതോർക്കുക.

ലിസലിസ

8. ഇന്നു ഞാൻ നാളെ നീ

ക്ഷീണദരിദ്രമായി
പഴുത്തുഞെട്ടറ്റു
ക്ഷോണീതലെപതിക്കുന്ന നേരം
മറുകൊമ്പിലിരുന്നാ
പച്ചിലകൾ ചിരിക്കുന്നു
മതിമോഹനത്തിന്റെ
കാഴ്ചയാലേ
ശിശിരമാസത്തിലരിമ
പുലർകാലം
തളിരിടും ചില്ലക്കൊഴിഞ്ഞു
കൊടുക്കവേ
ഹരിതാഭമാഭൂതകാലത്തിന്റെ
മേളിച്ചനാളുമോർത്തുപോകാം
പഴുത്തു വീഴുമ്പോൾ ചിരിച്ചു
നിൽപ്പാ
പച്ചയാം നിങ്ങളും പുഞ്ചമോടെ
വസന്തമൊഴിഞ്ഞു
കൊഴിഞ്ഞുപോകാം,നാളെ
വരികയായി നിങ്ങളുമീ
പാതയിലായി
അഴലും സുഖവുമെന്നു
മൊരിക്കലും
അവനിയിൽ ശ്വാശ്വത മല്ലയല്ലോ
ഇന്നുഞാൻ നാളെനീ
യെന്നുള്ളചൊല്ലുകളെന്നും
മുഴങ്ങണമുള്ളിലായി.

നന്ദാത്മജൻ
കൊതേരി

9. അവൾ.

സഹന മനോഹരി,നിനക്കുവേണ്ടി
ഞാനൊരു പൊൻതിരി തെളിയിച്ചിടാം
സ്നേഹോധാരയായി എങ്ങും
പ്രഭ തെളിക്കും അർപ്പണദീപമേ
ജ്വലിച്ചു നിന്നിടൂ.
കരിമ്പനടിച്ച നിന്നുടയാടയിൽനിന്നും
നനുത്ത സ്നേഹ ഗന്ധം പരത്തി നീ,
അടുക്കളയിൽ നിന്നാരംഭിക്കും
പുലർകാല വേളകൾക്കിടയിൽ
ഇറ്റുവീഴുന്ന ഓരോ തുള്ളി വിയർപ്പിലും,
നിൻ ഉറ്റവർക്കായി ഒരുക്കുന്ന സ്നേഹ
മധുരം കാണാം.
പാരിതിൽ ആരു കൽപ്പിച്ച തോ
എഴുതിച്ചേർത്തതോ നിൻ മാറാപ്പു
ഭാണ്ഡത്തിൽ പിഴുതെറിയാത്ത കരണീയം.
ആർക്കോവേണ്ടി നീ ഊഴിയിൽ
തിരസ്കരിച്ചൊരാ സ്വപ്നങ്ങളൊക്കെയും
അവർ തന്നെ നോക്കി,
കൊഞ്ഞനം കാട്ടുന്നത് കാണാം.
നിന്റെ സ്വപ്നങ്ങളൊക്കെ
മണ്ണിൽ ആഴ്ന്നു കിടക്കുന്ന വേര്
പോലെ പിണഞ്ഞു കിടപ്പത് കാണാം.
ഇന്നു നീ ഏതുപേരിൽ മടങ്ങണം
മകളോ,ഭാര്യയോ,അമ്മയോ,
അവസാന ശ്വാസത്തിൽ പോലും
മായാത്ത ചെറുചിരി തന്റെ ഉറ്റവർക്കായി
ബാക്കിവെച്ച് യാത്രയാകാൻ
വിധിക്കപ്പെട്ടവളെ നിനക്കു പ്രണാമം

അശ്വതി സുധീഷ്

10. സമയം

സായന്തനത്തിന്റെ പരിഭവം ചാലിച്ച
വാനത്തെ ചെഞ്ചുവപ്പിൽ
നിറമാർന്ന സ്വപ്നത്തിൻ
പൂമരച്ചില്ലയിൽ
കൊഴിയാൻ തുടങ്ങി ഞാൻ നിന്നു,
അടരാൻ മടിച്ചു ഞാൻ നിന്നു.
മൗനമായി തേങ്ങുന്ന പാടാത്ത
പാട്ടിന്റെ
പരിഭവം നിറയും വരികളായെൻ
നോവും.
കല്ലുലയ്ക്കും കാറ്റൊന്ന് വന്നിട്ടും,
കടയിളക്കും പേമാരി പെയ്തിട്ടും,
കർമ്മമെന്നത് ബാക്കി നിൽക്കെ
അടർന്നതില്ല ഞാനിന്നു വരെ.
ഇന്നിതാ പോകുന്നു
സമയത്തിനൊപ്പം
കാലത്തിനൊപ്പം, ഉറ്റു നോക്കിയ
വാനത്തിലേക്കല്ല, വേരിറക്കിയ
ആഴത്തിലേക്ക്, മറ്റൊരു
കർമ്മത്തിൻ
സമയമായെന്നറിയുന്നു.

നമി ഷാജു

11. കൊഴിഞ്ഞുവീണ സ്വപ്നങ്ങൾ

മലവെള്ളപ്പാച്ചിലിൽ ഒഴുകിനടന്നു ഞാൻ
തുണയാരുമില്ലാതെ ഏകയായി.
താരാട്ടുപാടിയും ആലോലമാട്ടിയും
ഓളങ്ങളെന്നെയുറക്കി.
കണ്ണുതുറന്നൊന്നു നോക്കിയ നേരത്ത്
പുഴയോരം ചേർന്നു ഞാൻ കിടന്നു.
പത്തു ദിനങ്ങൾ
കഴിഞ്ഞപ്പോളെന്നുള്ളിൽ,
ജീവൻ തുടിപ്പുകൾ ഞാനറിഞ്ഞു.
സന്തോഷം കെണ്ടെന്റെ മാനസം
തുടികൊട്ടി ഒരു കുഞ്ഞു മുകുളം
കിളിർത്തു വന്നു.
കുഞ്ഞിളം കൈകളെ ആലോലമാട്ടാൻ
കുഞ്ഞിപ്പവനൻ വിരുന്നിനെത്തി.
ഞാനൊരു പൂക്കുന്ന പൂമരമായ് മാറി
കുഞ്ഞിക്കിളികളും കൂടുകൂട്ടി.
സന്തോഷ നാളുകൾ തീരുന്നതിൻ മുൻപേ,
ശിശിരകാലം മെല്ലെ വന്നണഞ്ഞു.
മഞ്ഞല പെയ്യുന്ന പാതിരാക്കാറ്റുകൾ
എൻ മരച്ചില്ലയിൽ ഊയലാടി.
കാറ്റത്തു പഞ്ഞി പറന്നപോൽ ലതകളും,
പാരിൽ പറന്നു നടന്നു നീളെ,
ഇനിയും തളിർക്കുമോ പൂമരച്ചില്ലകൾ
പൂത്തുമ്പി വീണകൾ മീട്ടീടുമോ

സതി സുധാകരൻ

12. പൊന്നാമ്പൽ

നിശീഥിനിയുടെയോമൽ സഖീ
പൊന്നാമ്പലേ നീ വെണ്ണിലാവിനെ
പ്രണയിക്കുന്നവളല്ലോ
പാതിരാ കാറ്റിൻ കൈകളാലെ
കല്ലോലിനിയിൽ താളമിടുമ്പോൾ
പൊന്നൊളിവിതറുമാ ശശിബിംബം
ഓള തിരകളിലിളകുമ്പോൾ
പ്രേമാർദ്രമായിടും നിൻ മനവും
തുള്ളി തുളുമ്പുകയാണോ?
പ്രാണപ്രിയനാമവനുടെ മുന്നിൽ
നീയൊരു പൊൻ മരാളികയായോ?
നീർ തടാകത്തിൻ ഓളങ്ങളിൽ
കുണുങ്ങി കുണുങ്ങിയുള്ള നിൻ
നർത്തനം കാണുമ്പോൾ
പാലൊളി തൂകിടും പൂന്തിങ്കളിൻ
മനതാരിലപ്പോൾ അവളെ
പരിരംഭണം ചെയ്യാനൊരു മോഹം
നിലാവല കൈകളാലവളെ
തഴുകുമ്പോൾ കുളിരല ചാർത്തി
നിൽപ്പവൾ മേനിയാകേ
കണ്ണോടു കണ്ണുകൾ കഥ പറയേ
പൗർണ്ണമി ചന്ദ്രൻ വിട പറഞ്ഞു
വിരഹാർദ്രയായവൾ ദുഃഖത്തിൻ
മൂടുപടം ചൂടി ഇമകൾ പൂട്ടി
തൊഴുതു നിൽപ്പു.

പുഷ്പ
ഗോപാലൻ

13. യാത്ര

ജീവിതമെന്നതൊരു
യാത്രയാണല്ലോ
ജനനമരണങ്ങൾക്കിടയിൽ
ഉള്ളൊരു യാത്ര
തുടക്കവുമൊടുക്കും
അറിയാത്ത യാത്ര
എല്ലാം വിധാദാതാവിന്റെ
ഇഷരപോലെ
യാത്രയ്ക്കിടയിലെത്രയോ പേർ
കടന്നുവന്നു പോകുന്നിതല്ലോ
ജനന മരണങ്ങളുമേകനായിട്ടു തന്നെ
നേടിയതൊക്കെയുമുപേക്ഷിച്ചു
പട്ടടയിലേക്കു പോകും വരെ
എന്തിനിങ്ങനെ വൃഥാ മത്സരിക്കുന്നു
ശരിയും തെറ്റുമേതെന്നറിഞ്ഞാണോ
കല്ലുകളെറിയുന്നതും ,
ഒറ്റപ്പെടുത്തുന്നതും
സ്നേഹമുണ്ടെന്ന് നടിച്ചു കൊണ്ട്
വിദ്വേഷം വെച്ചുപുലർത്താതെ
അകവും പുറവുമൊരു പോലെ
തെളിഞ്ഞിടട്ടെ നന്മയുടെ പ്രകാശം

ഒ.കെ.ശൈലജ
ടീച്ചർ

14. നിളയുടെ തീരത്ത്

നിളയുടെ തീരത്തന്നാദ്യമായ് നാം
കണ്ട വിഷുക്കാലം ഓർമ്മയില്ലേ ?
പൊന്നിൻ കണിക്കൊന്ന പൂക്കൾ
ആടിയുലഞ്ഞൊരു പൂക്കാലം
ഓർമ്മയില്ലേ ?
കങ്കണം ഉടഞ്ഞൂർന്നു വീണൊരാ
കല്ലടവിൽ ഒന്നിച്ചിരുന്നതും
ഓർമ്മയില്ലേ ?

ശിവപ്രിയ രതീഷ്

അഞ്ജനമെഴുതിയ മിഴികളിൽ
നോക്കിഞാൻ നെയ്തൊരാ
കനവുകളേറെയല്ലേ ?
പുഴയിലെ ഓളങ്ങൾ മധുരമായ്
പാടുമ്പോൾ കൊഞ്ചിചിരിച്ചൊരെൻ
ലാവണ്യമേ,
ചിലങ്കകൾ അണിഞ്ഞു നീ ചുവടുകൾ
വെച്ചൊരാ പുഴയുടെ സംഗീതം
ഓർമ്മയില്ലേ ?
നീലക്കടമ്പുകൾ പൂത്തൊരാ
പുഴയരികിൽ കോർത്തൊരു പൂമാല
അണിയിച്ചില്ലേ ?
ചെമ്മാനം ലാസ്യമാക്കിയ സന്ധ്യയിൽ
മാറോടു ചേർന്നു നീ നിന്നതല്ലേ ?

15. കരിയിലയുടെ ദുഃഖം

കൊഴിഞ്ഞു വീണൊരിലയെ നോക്കി
കുണങ്ങിച്ചിരിക്കും പച്ചിലകൾ
അറിയുന്നില്ലവരും നാളെ
തനിക്കീ ഗതി തന്നെന്ന്.
തളർന്നു പോയാൽ
താങ്ങാനായിട്ടാരുമില്ല കൂട്ടായി
മരിച്ചുവെന്ന് കൂട്ടിക്കോളു
അടിച്ചു വാരി തീയിലിടും.
കാലചക്രം നീങ്ങുമ്പോഴീ ഗതി
തന്നെയെല്ലാർക്കും,
കരിയില കണക്കെല്ലാവരും
ധരണിയിലഭയം തേടും.
യുവത്വമെല്ലാം കുടുംബത്തിന്നായ്
കരുപ്പിടിക്കാൻ യത്നിക്കും
വയോധികരായ് തീർന്നാൽ പിന്നെ
കരിയിലയ്ക്ക് സമമാകും.
തരുക്കളെല്ലാം വളരണമെങ്കിൽ
വേണം ഭക്ഷണമാവോളം
തളർന്നിടാതെ നിലക്കു നിർത്താൻ
വേണം പത്ര ഹരീതകം.
മതിച്ചു നമ്മൾ സുഷുപ്തിയോടെ
കഴിയുന്നോരു വേളയിൽ
ഹരിതകമെല്ലാമില്ലാതാവും
തളർന്നു വീഴും താഴേക്ക് .
 നിനച്ചിരിക്കാതെത്തും കാറ്റും
അടർത്തിയെടുത്തൂ പാവത്തെ
കരയാൻ പോലും കഴിയാതവയും
വിധിയെന്നോർത്തു കേഴുന്നു.

വിജയാ മേനോൻ

16. ആകാത്തത് എന്തിന്.?

ആകാമിതെത്രതന്നാകാമിതെന്നാലും,
ആകാശമോളമുയരുവാനാകുമോ ?
ആകില്ലയെന്നതറിഞ്ഞു നാമെല്ലാരും,
ആകെതിമിർത്തന്ന്,
അതിരുവിട്ടെന്നുമേ !
ആവതില്ലാത്തൊരാൾ
ആയകാലത്തിലായ്,
ആടിത്തിമിർത്തതിൻ,
ആവേശചിന്തയിൽ !
ആകും വിധത്തിലായല്ലാതെ കാലത്തെ
ആക്കേണമെന്നാൽ നടക്കുമോ വല്ലതും !
ആഹാരമാവശ്യമായതിൽ കൂടുതൽ
ആമാശയത്തിന് താങ്ങുവാനാകുമോ ?
ആളോളമേറെ വലിപ്പമുള്ളാന്നിനെ
ആയുസ്സുമുറ്റെ ചുമന്നിടാനാകുമോ ?
ആഗ്രഹങ്ങൾക്കും അളവുണ്ട് ഭൂവിതിൽ
ആവശ്യമത്രയറിഞ്ഞു മുന്നേറണം !
ആർക്കുതന്നാകിലും ആർഭാഢമായെല്ലാം
ആക്രാന്തം തന്നിലുമേശാതെ നോക്കണം !
ആകാമിതൊക്കെയും ആവാഹമായുള്ള
ആസ്തിക്കു കോട്ടമതേല്ക്കാതെയാക്കണം !
ആർത്തിരമ്പും നുര ചീറ്റും തിരയുമായ്
ആഴിയും തീരത്ത് ചേർന്ന് നിന്നീടുന്നു !
ആരായിരുന്നാലും കേമത്തമേറിയാൽ
ആകെത്തളർന്നങ്ങ്, ചാരത്തണഞ്ഞിടും !
ആകാശമേലെയിരിക്കുമൊരംബിളി
ആവേശമേറ്റാൽ പിടിപ്പതിന്നാകുമോ ?
ആകാത്തതോർത്ത് നാം ആകുല ചിന്തയാൽ
ആകെ തളർന്നെങ്കിൽ ആകുമോ വല്ലതും !

രഘുകല്ലറയ്ക്കൽ

17. ക്ഷണഭംഗുരം

അവലേപമെന്തിന്നു
അവനിയിൽ മർത്യന്
അന്ത്യമൊരു ദലംപോൽ,
അടരുന്നു ധരണിയിൽ,
കാലാന്തരത്തിൽ അലിയുന്നു
പാരിലായ് സർവ്വരും.
ഭൂമിയിൽ അജ്ഞരായ്
അതിരിൻ കോട്ടകൾ
വ്യർത്ഥമായ് തീർക്കുന്നു,
സ്വാർത്ഥരാം ദേഹികൾ.
മൃത്യുവിൻ തത്ത്വമുൾ-
ക്കൊണ്ടീടുക മർത്യരും,
പരിത്യജിക്ക തിടുക്കം
അഹംഭാവമൊക്കെയും.
ചേതനയിൽ ഓർത്തിടേണം
മറവിയിലടക്കം ചെയ്യാതെ
പ്രാണനിൽ നിത്യവും,
ഭോഗങ്ങൾ സർവ്വതും
ക്ഷണഭംഗുരം ഭൂമിയിൽ.
ശൂന്യമാം കരങ്ങളാൽ പോകേണമന്ത്യനാൾ.
ഞെട്ടറ്റു വീഴും ഇലകളും
വളമായ് നന്മകൾ തീർത്തിടുന്നു.
നന്മകൾ കാണണം, നേരിൻ പാതയൊരുക്കണം,
ഹൃത്തിലായ് കോർക്കണം സ്നേഹത്തിൻ
മന്ത്രവും, സഹജീവി സ്നേഹവും.
കർമ്മത്തിൽനിന്നൂറുമാ, പച്ചപ്പുകൾ
നിന്നാത്മാവിൽ
മോക്ഷത്തിൻ തണലായ് മാറിടുന്നു.

ഷീജ പടിപ്പുരക്കൽ

18. പൊഴിഞ്ഞുവീഴുന്ന പർണ്ണങ്ങൾ

ഇഷ്ടം പറയുന്ന ചെമ്പകപ്പൂവും,
പ്രണയസുഗന്ധം പേറുന്ന
മുല്ലമൊട്ടും ഇന്നെവിടെ?
പ്രണയമെല്ലാം ഇന്നു വെറുമൊരു
നേരംപോക്കിനുള്ളത്.
നിഷ്കളങ്കപ്രണയമെല്ലാം
എന്നേ പോയ്മറഞ്ഞു
പകരമോ മനസിൽ നിറയെ
പകയുടെ ചെങ്കനൽ മാത്രം!
നിമിഷനേരത്തിൽ പൊട്ടിമുളക്കും
പ്രണയങ്ങളൊന്നും ശാശ്വതമല്ലെന്നറിക!
പ്രണയത്തിൻ പേരിൽ
എന്തിനോവേണ്ടിയുള്ള
കുതിച്ചുപായൽ!
പരസ്പരം ചതിച്ചു
കുതികാൽവെട്ടിയങ്ങനെ
പ്രണയം മുന്നോട്ട്!
കാലത്തിൻ കൈകളിൽ
കളിപ്പാട്ടമായ്ത്തീരുന്നത്
ചിലജന്മങ്ങളറിയുന്നതേയില്ല!
പുഴുക്കുത്തേറ്റ പോലെ മനസ്സിനുള്ളിൽ
ചിലതെല്ലാമറിയുമ്പോൾ ഏറെ കഴിഞ്ഞിരിക്കും!
പ്രണയത്തിൻ മാസ്മരിക ഭാവങ്ങളേറെയുണ്ട്
ഘടികാരസൂചിപോൽ ഇഴയുന്നു ചിലതെല്ലാം!
ഇന്നിന്റെ പ്രണയങ്ങളിൽ രുധിരം മണക്കുന്നുവോ!
അവരുടെ ഭാവങ്ങളിൽ കുടിലതയേറുന്നുവോ!
പഴുത്തിലകൾ പോലെ അല്ലായുസ്സായ്
ഈയവനിയിൽ കൊഴിഞ്ഞു വീഴും പ്രണയത്തിൻ
പേരിൽ ചിലതെല്ലാം...

ബിന്ദു വേണു
ചോറ്റാനിക്കര

19. ഇവിടെ അല്പനേരം

ഇനിയെനിക്ക് ഒറ്റക്ക് ഏറെ
ദൂരം നടക്കണം..
തിരക്കേറിയ ഈ
ലോകത്തിന്റെ
അജ്ഞാതമായൊരു
കോണിൽ ചെറിയൊരിടം
കണ്ടെത്തണം..
ആരും
എത്തിനോക്കാത്തൊരിടം..
അരുവികൾ
ശാന്തമായിഴുകുന്ന,
കുളിർക്കാറ്റു
തഴുകിത്തലോടുന്ന,
രാപ്പാടികൾ മധുരമായി
പാടുന്ന, മഞ്ഞുതുള്ളികൾ
മഴവില്ലു തീർക്കുന്ന, പൂനിലാവ്
പുഞ്ചിരിതൂവുന്ന, ശലഭങ്ങൾ
വർണ്ണച്ചിറകുകൾ വീശുന്ന,
സുന്ദരമായപ്രകൃതിയുടെ
മടിത്തട്ടിൽ ഒരൽപ്പനേരം..
അവിടെയെന്റെ
സ്വപ്നങ്ങൾക്ക്
ചിറകുകളുണ്ട്...
ചിറകുകൾക്ക് പറന്നുയരാൻ
നീലാകാശമുണ്ട്..
എന്റെ ചിന്തകൾക്ക്
സ്വാതന്ത്രമുണ്ട്.

ജസിതഹരിദാസ്
(മഞ്ഞക്കുളം)

20. പു/പത്രവിലാപം.

പലതും അനുഭവംകൊണ്ട്
പഠിച്ചപ്പൊഴേക്കും
 തിരിച്ചുനടക്കാനാവാത്തവിധം
കിതച്ചിരുന്നു.
മുമ്പേനടന്നോർതൻ തോളിൽ
ചവിട്ടി ഭാവികാലത്തിൻ കാതം
അളന്നിരുന്നെങ്കിൽ.....
വെയിലായവെയിലും മഴയും
മഞ്ഞും കാറ്റുംതടഞ്ഞ്
തണൽവിരിപ്പായോരെത്ര ?!!!
കാലിടറുന്നോർക്ക്
പുഷ്പശയ്യകൾതീർത്തും
ആത്മാഹൂതിയാൽരക്തസാക്ഷിത്വം
വരിച്ചും പാരതന്ത്ര്യത്തിൻ
കറുത്തചങ്ങലതകർത്തും
കനത്തപ്രതീക്ഷയാൽ
മിഴിചിമ്മാതെയും
ഞെട്ടറ്റു വീഴുംവരെ
കാവലായ പ്രിയരെ ഒരുവേള
തിരിച്ചറിഞ്ഞിരുന്നെങ്കിൽ,
എങ്കിലാ നിഴലിലും
ഇരുൾപുതച്ചെത്തിയ
ചഷകങ്ങളെ,ലഹരിപൂക്കും
പുകഭൂതങ്ങളെ,
നാവിലലിഞ്ഞ ഉന്മാദനുരകളെ
ഭ്രഷ്ട്കൽപ്പിച്ച് തണലായോർക്കു
താങ്ങാകാമായിരുന്നു.

മേരി
മെറ്റിൽഡ കെ.ജെ

21. വസന്തവും കാത്ത്

ഒരു നോക്കുകാണുവാൻ
കാതോർത്തിരുന്നു ഞാൻ
വസന്തമേ
നിന്നെ കണ്ടു കൊതിതീരാതെ
വീണ്ടുമൊരു വിരഹക്കടലിൻ
തീരത്തന്യരായ് നമ്മൾ
നിശാഗന്ധി പൂ പോലെ
കണ്ണിമ വെട്ടാതെ ഞാൻ
കാത്തിരിക്കുന്ന
പൗർണ്ണമിതിങ്കളപ്രാപ്യമെന്നറിഞ്ഞിട്ടും
 നിന്നെ പ്രണയിച്ചത് എന്നിൽ കുടികൊള്ളുന്ന
"നീ"യെന്ന സ്വാർത്ഥമോഹം കൊണ്ടാകാം
മഞ്ഞുപോലെ നിലാവുപോലെ,
മന്ദമാരുതന്റെ തലോടൽ പോലെ
ഭാഷയില്ലാത്ത നമ്മുടെ പ്രണയം
മൗനം വെടിഞ്ഞ് വാചാലമാകാൻ
തുടങ്ങിയിരിക്കുന്നു
നമ്മെ പൊതിഞ്ഞിരുന്ന സുഗന്ധം വീണ്ടും
അനുഭവവേദ്യമാവുന്നു
അത് നീ അനുഭവിച്ചിരുന്നുവോ ?
ചില ബന്ധങ്ങൾ അങ്ങനെയാണ്
ഇന്ദ്രിയങ്ങൾക്കപ്പുറത്തു നിന്നും
ആത്മാവിനെ തൊട്ടുണർത്തുന്നവ
അതുകൊണ്ടാവാം ചിറകടിച്ചു തളരുമ്പോൾ
ചിറകൊതുക്കിയിരിക്കാനൊരു
ചെറുചില്ല നിനക്കായി എന്നിലിപ്പോഴും
കൊഴിയാതെ ബാക്കിനിൽക്കുന്നത്
തളിരിന്റെ നനവോടെ നീറി നിൽക്കുന്നത്
അവിടെ നിന്നിലെ ഞാനും എന്നിലെ നീയും
പ്രണയത്തിൽ കുളിരായ് തരിച്ചിരിക്കുന്നത്

സതി സതീഷ്

22. കണക്കുകൾ

കറുത്ത കിളികൾ ചിലച്ചു
വെളുത്ത കിളികൾ പറന്നു
പാടത്തിറങ്ങിയ
കൊയ്ത്തു യന്ത്രങ്ങളെ നോക്കി
നെടുവീർപ്പിടുന്നു
അക്കരെ യിക്കരെ
നിൽക്കുന്ന
മനുഷ്യ ക്കോലങ്ങൾ...
ദാരിദ്ര്യ മില്ലാത്ത നാടെന്നു
റിക്കോർഡുകൾ നേടി..
എങ്കിലും
അരപ്പട്ടിണിക്കാർ
ആരോരുമറിയാതെ
മുണ്ടുകൾ
മുറുക്കിയുടുക്കുന്നു..
ആരോയെടുക്കുന്ന
കണക്കുകൾ
ആരൊക്കെയോ
കൂട്ടിക്കിഴിക്കുന്നു....
ആർക്കോ വേണ്ടി
ആരെയോ
സന്തോഷിപ്പിക്കുവാൻ...
വീണ്ടും കിളികൾ ചിലക്കുന്നു
വീണ്ടും കിളികൾ പറക്കുന്നു
സ്വസ്ഥമായ് സ്വതന്ത്രമായ്
നെടുവീർപ്പിടുന്നു....

മോഹൻദാസ്
മണ്ണാർക്കാട്

23. സരസ്വതി

നെറ്റിയിലെ ചന്ദനഗന്ധം
പുണ്യശിരസ്സിന്
ആർഭാടമാക്കുമ്പോൾ
ആഴത്തിലലിഞ്ഞുചേർന്നൊരു
ഭക്തിസാന്ദ്രമാം
കുളിരേകും മഞ്ഞാണ് നീ
കവിതയായെന്റെ മനസ്സിൽ
ഒഴുകിയെത്തും നീയെൻ
നാരായത്തുമ്പിനെ
ധന്യമാക്കുന്ന ഒരക്ഷരമാണ് നീ.
ഹൃദയത്തിൽ നിന്നും
ദുഃഖജലധാരനീർത്തുള്ളിയെ
മറ്റൊരാൾ കാണാതെ മായ്ക്കുന്ന
മഴയാണ് നീ .
നരകമാം ചൂടിൽ ഉരുകിയൊലിച്ചു
ഞാനദ്ധ്യാനിക്കുമ്പോൾ
അറിയാതെ തലോടും പ്രകൃതിയാം
സ്നേഹിതൻ മാരുതനാണു നീ.

വിപിൻ പള്ളുരുത്തി

24. കള്ളിമുൾച്ചെടി

എന്നിലെ സൗന്ദര്യം കണ്ടു
 അനുരക്തനായ്
 നീ അടുത്തു വരുമ്പോളെന്റെ
തനുവിൽ ഒന്ന് സ്പർശിക്കുവാൻ
കൊതിച്ചിടുമ്പോൾ അറിയുക
എന്നിലെ മുൾപടർപ്പു കൾ
മൂർച്ചയേറിയ താണെന്ന്
പ്രണയത്തിന്റെ മായാകാഴ്ചകളിൽ
ഞാനെന്റെ മുൾമുനകൾ മറച്ചുവെക്കും
പ്രണയം കടന്നു കാലം
മുന്നോട്ടു കുതിക്കും
യാഥാർത്ഥ്യത്തിന്റെ തീച്ചൂളയിൽ
നീ ഉൾവലിയുന്ന ഒരു കാലം വരും
ജീവിതത്തിന്റെ പരുക്കൻ ഭാവങ്ങൾ
നിന്നെയൊരു മരുഭൂമിയാക്കും
അവിടെ ഞാനൊരു കള്ളിമുൾച്ചെടി
രൂപാന്തരം പ്രാപിച്ച കള്ളിമുൾച്ചെടിയിൽ
രക്തം കിനിയുന്ന
ദേഹത്തുടിപ്പുകളുണ്ടാകും
എല്ലാം മറന്ന് നീ പുതിയൊരു
പ്രണയത്തെ തേടി യാത്രയാകും
മരുഭൂമിയിൽ മരുപ്പച്ചയും കാത്ത്
ഒരു കള്ളിമുൾ ചെടിയായി
അപ്പോഴും ഞാൻ അങ്ങനെ

സൈറ റഷീദ്

25. പ്രഭാതം

തുഷാരമുത്തുകൾ തിരുമുടിയിൽ
ചാർത്തി ഒരുങ്ങി വരുന്നൊരു
പ്രഭാതമേ പനിനീർ ചോലയിൽ
നീരാടി വന്നുവോ നീ
പൂനിലാപ്പുടവയും ഉടുത്തു വന്നോ ?
സുപ്രഭാതത്തിൻ ശീലുകൾ
മുഴങ്ങുന്ന പഴയൊരാ

മായ അനൂപ്

കോവിലിൻ തിരുമുറ്റത്തോ കിളികളും
കുരുവിയും തുയിലുണർത്തീടുമാ
ഭഗവതിക്കുന്നിൻ ചെരുവിൽനിന്നോ ?
എവിടുന്നാണെവിടുന്നാണണഞ്ഞത്
നീയെന്റെ മനസ്സാകും ശ്രീകോവിൽ
നടയിൽ നിന്നോ ?
സരസ്വതീ യാമത്തിൽ ഉണർന്നുവോ
നീ ഇന്ന് നിർമ്മാല്യദർശനം കണ്ടുവോ
നീ കൈകളിലേന്തിയ തളികയിൽ
നിന്നൊരു പൂജാമലരിതൾ എനിക്ക്
തരൂ ഒരു പൂജാമലരിതൾ എനിക്ക്
തരൂ പുതിയൊരു പ്രതീക്ഷതൻ
ഉണർത്തു പാട്ടുമായിന്ന്
അരുണകിരണങ്ങളാം പൊന്നിൻ
പ്രഭയാലേ മന്ദമന്ദമായെന്റെ
അരികിൽ വന്നെന്നെ നീ
ചുംബിച്ചു ചുംബിച്ചുണർത്തീടുമോ ?
നെറ്റിയിൽ
ചുംബിച്ചു ചുംബിച്ചുണർത്തീടുമോ ?

26. നാൽക്കവലയിലെ ഗന്ധങ്ങൾ

നാളെത്രയായിയാ നാൽക്കവല,
നാടിന്റെ നെഞ്ചിൽ നിറംകൊരുത്തു.
നന്മയും തിന്മയും കളിയാട്ടമാടുന്ന,
കൺക്കെട്ടുകളികളെയെത്ര കണ്ടു.
നഷ്ടം വരുത്താതെ കഷ്ടങ്ങൾ
തീർക്കുവാൻ നാൽക്കവലയിൽ
എത്രയോ വാണിഭങ്ങൾ കിട്ടാ -

ജ്യോതി പ്രഭാകരൻ

കണക്കിന്റെ നഷ്ടബോധങ്ങൾ,
കുരുക്കൂ കഴുക്കോലു താങ്ങി നിന്നു.
നാൽക്കവലയും പലവട്ടം തേങ്ങിനിന്നു.
നാടിന്റെ നെഞ്ചിലൂടോടുന്ന ശകടങ്ങൾ
നാൽക്കവലയിൽ വന്നൂ കിതച്ചുനിന്നു.
നിനവിന്റെ പെട്ടി ചുമന്നുകൊണ്ടെത്രപേർ,
അതിജീവനത്തിനായ് യാത്രപോയി.
നിറമിഴിയാലെത്ര യാത്ര പോയിട്ടുള്ളോർ,
നിറയേ ചിരിച്ചൂ തിരിച്ചു വന്നു,
അതു കണ്ടു നിൽക്കവല ചിരി തൂവി നിന്നു.
നിറം ചാർത്തി ജീവിതം മോടിയാക്കാൻ പോയി
നിറം ചത്തടർന്നു തിരിച്ചുവന്നോരെയും,
നാൽക്കവല കണ്ടൂ കരഞ്ഞുനിന്നു .
നാട്ടു കവലക്കു നനവായി മഴയെത്രവന്നുപോയ്,
വെയിലെത്ര നനവുനക്കിത്തുടച്ചുപോയി.
നവ തലമുറകളെയെത്രയോ കവല കണ്ടു,
പഴമയുടെ വിയർപ്പിലെ ഉപ്പു കണ്ടു.
നിറവോടെ നിൽക്കുന്നു നാൽക്കവലയിന്നും,
നന്മയുടെ തിന്മയുടെ വിളനിലമായ് .

27. നിറമുള്ള ഇന്നലെകൾ

പോയകാലത്തിന്നാരവങ്ങളിൽ
നിറച്ചാർത്ത് പകർന്ന
ഹരിതകം മങ്ങിയയാ
നിലാവെളിച്ചത്തിൽ
വർണ്ണങ്ങളില്ലാതീ പത്രം
പതിച്ചല്ലോ നിശ്ചലം.
പിന്നെ, തലോടിയ കാറ്റിന്റെ
താളത്തിൽ തെല്ല് ചലിച്ചതും
കാനനത്തിൻ ഛായ പകർന്നത്
കാൺകിലും നിന്റെ
ഹൃത്തടം മുറിവേറ്റ മാനസം.
യൗവ്വനത്തിൻ നെറുകയിൽത്തൊട്ട
ഹരിതക്കുറിയാൽ നീ നൽകും
ജീവവായുവേ പുൽകിപ്പുണർന്നു
നടന്നൊരെൻ ജീവനെ വീഴാതെ
കാത്തതും നീ തന്നെ പത്രമേ
കൈവിട്ട കാലത്തിൻ നിറമുള്ളാരോർമ്മ
പച്ചയണിഞ്ഞ നിന്മേനിയിൽ എന്റെ
ബാല്യത്തിൻ നിറമുള്ള ഓർമ്മകളും
കണ്ടെത്തി ഞാനിന്നും.
വാർദ്ധക്യത്തിൻ നര വീണു
ഇലയിലും ഞെട്ടറ്റു വീണത്
നീ മാത്രമല്ലെന്നറിയുക മണ്ണോട്
ചേരുവാൻ ഈ നരനായ ഞാനും
ഒത്തുചേർന്നിന്ന് കൈക പിടിച്ചീടാം
പുതുതലമുറയ്ക്കായ് വഴി മാറീടാം നമുക്ക്.

ശോഭന. എ. എസ്.

28. കരിയിലയുടെ വേദന

ഇന്നലെ ഞാനുമെൻ
തായ്തടിയിൽ
സ്നേഹത്തിന്റെ കരുത്താൽ
ഉയർന്നു നിന്നു ഇന്നിതാ എന്നിലെ
പച്ചപ്പ് മറഞ്ഞു പോയി ഞാൻ
വെറുമൊരു കരിയില മാത്രമായി
കാലടി ചോട്ടിൽ വീണുപോയി

ദീപ
വേണുഗോപാൽ

മർത്യന്റെ കൈകളാൽ വെട്ടി
നിരത്തിയ വൃക്ഷത്തിൻ വേദന
ആരറിവു ?
പച്ചപ്പ് നൽകി എന്നുടെ തായ്തടി
കായ്കനി നൽകി എന്നുടെ
തായ്തടി .

കാതങ്ങൾ താണ്ടിയ നിന്നുടെ
താതനു ക്ഷീണമകറ്റുവാൻ
തണലു നൽകി കുഞ്ഞിളം
കിളികൾക്ക് കൂടൊരുക്കി തായ്
തടി തന്നിലെ ചില്ലകൾ വെട്ടി
നിരത്തിയാ മാനുജൻ

നിന്നുടെ വാക്കിനെക്കാളും
മൂർച്ചയെറിയ
വാളുകൾ തടിയിൽ
കുത്തിയിറക്കി തായിന്റെ
ജീവനെടുത്തുഞാൻ വെറുമൊരു
കരിയിലയായി മാറി

29. കൊഴിയുന്ന ഇലകൾ

ശിശിരമാസത്തിൻ നനുത്ത
മഞ്ഞിലാപച്ചിലകളോ
പഴുത്തു പോകുന്നു..
തലമുറയ്ക്ക്
പുതുജന്മമേകുവാൻ
ഇലകൾ കൊഴിയുന്ന
ശിശിരസന്ധ്യകൾ.!

രത്ന രാജു

മനുഷ്യജന്മവും
മറിച്ചല്ലോർക്കുക
ജനിച്ച കുഞ്ഞുങ്ങൾ
വളർന്നുയരുന്നു..
ഋതുക്കൾ മാറുമ്പോൾ
മണ്ണടിഞ്ഞവർ
അടുത്ത വേരിനായ്
ഊർജ്ജമേകുന്നു.!

ഒരു തലമുറ മുൻപേ പൊയവർ
മരിച്ചു മണ്ണിലടിയിന്നിലകൾപോൽ..
കൊഴിഞ്ഞിലകളാം രക്തബന്ധങ്ങൾ
അലിഞ്ഞു ചേരുമാ മൺതടങ്ങളിൽ.!

തന്റെ ഊഴവും കഴിഞ്ഞു
പോകുമ്പോൾ ഒഴിഞ്ഞുമാറണം
നമ്മളൊക്കെയും..
നിയതി തന്നുടെ പ്രകൃതി ധർമ്മങ്ങൾ
കാലചക്രത്തിൽ കറങ്ങിടുന്നുഹോ..!!

30. നിശാഗന്ധി

രാവിന്റെ മാറിൽ
നറുനിലാശോഭയിൽ
രാക്കിളി ഗീതം
പൊഴിക്കുമ്പോൾ
പാലൊളിചന്ദ്രന്റെ
പ്രണയിനിയായി നീ
പാതിരാനേരം
മിഴിതുറക്കും

നീലനിലാവിന്റെ
നീലിമയേറ്റു നീ
നിശയിലും
സൗന്ദര്യധാമമായ്
നിൽക്കവേ
നിന്നെ പുൽകാൻ
പാതിരാതെന്നലും
നാണിച്ചു മെല്ലെ
അരികിലെത്തും

പകലോന്റെ കിരണങ്ങൾ
ഒളിവീശും മുൻപേ
പടിയിറങ്ങുന്ന
നിശാഗന്ധിപുഷ്പമേ
പരിഭവം എന്തിനീ
പുലരിയോട് നീ
പറയുമോ രാവിന്റെ
ലാവണ്യമേ

സുജാ ലാലു

31. നഷ്ട സ്വപ്നങ്ങൾ

തഴുകി പറക്കുന്ന
കുളിർകാറ്റിനറിയുമോ..
മണ്ണോട് ചേർന്നൊരാ
മനസിന്റെ നൊമ്പരം..

ഇനിയില്ല മോഹങ്ങൾ
ഇനിയില്ല സ്വപ്നങ്ങൾ..
അടർന്നു വീണൊരാ
ഹൃത്തടത്തിൽ...

സവിത മോഹൻ

നീർവറ്റി വാടിക്കരിഞ്ഞ
സ്വപ്നങ്ങളോ..
മണ്ണിന്റെ മാറോട്
ചേർന്നു പോയി..

ആടിത്തിമർത്തൊരാ
വേഷങ്ങളൊക്കെയും..
നിഴലായ് ഇന്നുമിവിടവശേഷിപ്പൂ...

പൊലിഞ്ഞു പോയൊരാ
മോഹങ്ങളിന്നും..
അലകളായ് തേങ്ങലായ്
ഒഴുകിയെത്തീടുന്നു..

നഷ്ടമാം ഓർമ്മകൾ
ഉള്ളിൽ നിറയുമ്പോൾ..
മിഴികളിൽ നോവു പടർന്നിടുന്നു...
എന്റെ മിഴികളിൽ
നോവു പടർന്നിടുന്നു...

32. ഇലമർമ്മരങ്ങൾ

പുഴയോരത്തെ, നടന്നുമറന്ന
വെയിൽ വഴികളിൽ,
നനുത്ത കൈവിരലുകൾ
പരസ്പരം കോർത്ത്,
കൊഴിഞ്ഞയിലകളിൽ
മൃദുവായ് കാൽവെച്ച്,
ഒഴുക്കിന്റെ സംഗീതത്തെ
നിർദ്ദയം മുറിച്ച്,
നമുക്ക് ഒരിക്കൽ കൂടെ
വീണ്ടും നടക്കണം.
അവിടെ നിശ്വാസങ്ങളുടെ
ഊഷ്മളത ഉണ്ടായിരിക്കും.
മരിച്ച ഇലകളുടെ ആത്മാക്കൾ
പാട്ടുകൾ പാടും.
ചിത്രശലഭച്ചിറകിലെ
മോഹിപ്പിക്കുന്ന മഞ്ഞ
ചെമ്മൺവഴികളിൽ
ചിത്രങ്ങൾ വരഞ്ഞിട്ടുണ്ടാകും.
ഇലകൾക്കൊപ്പം വേനൽ ഇനിയും
കൊഴിഞ്ഞില്ലേയെന്ന്,
നിന്റെ മുൻപിൽ ഞാൻ പഴയപോലെ
വിസ്മയിച്ചേക്കാം.
ചങ്കുകൾ പൂക്കുന്നൊരു ക്ഷണമാത്രയിൽ
ചുംബന ത്രാസത്തിൽ
വിറകൊള്ളുന്ന ചുണ്ടുകൾ
ഒരിക്കൽ കൂടി എനിക്ക് വീണ്ടും കാണണം.
ഉണങ്ങി നേർത്ത ഇലകളുടെ
മൃദുമർമ്മരം നമ്മളെ തരളിതമാക്കുന്നത്
വീണ്ടുമൊന്ന് അറിയണം.

സതീഷ് തോട്ടശ്ശേരി

33. അക്ഷവതി (ചൂതാട്ടം)

പ്രഭ .എൻ.കെ

പോരടിക്കുന്നു മർത്യൻ
അങ്കത്തട്ടിൽ കലിപുണ്ട്
ഏറ്റുമുട്ടും
ചേകവർ തൻ വീര്യമോടെ
മണ്ണിനായ് പെണ്ണിനായ് പിന്നെ
എന്തിനെന്നില്ലാതെ
എല്ലാറ്റിനുമായി
അക്ഷവതിയിലേക്കാനയിക്കുന്നു
ദുഷ്ടശക്തികൾ
മണ്ണും, പെണ്ണും, മാനവും,
കവർന്ന കാപാലികർ
താണ്ഡവമാടീടുന്നു
അക്ഷവതിയിലെന്നും
കാലമെത്ര കഴിഞ്ഞു ശതകോടി
മർത്യൻതൻ
ശവമഞ്ചത്തിൻ മേലെയിന്നും
അധർമ്മങ്ങൾ കലിപൂണ്ട് വീണ്ടും
വിളിക്കുന്നു
നിഷ്കളങ്കമാർന്ന ബാല്യങ്ങളെ
പോലുമിന്ന്
അക്ഷവതിതൻ
മായാതുരുത്തിലേക്ക്
കലിയെന്നടങ്ങീടുമെൻ പ്രപഞ്ച
ശക്തികളെ ?

34. കൊഴിയുന്നവ മൊഴിയുന്നത്

ഓർമ്മകൾക്കില്ല പഴക്കമേറെ
നിറമൊട്ടുമങ്ങിയിട്ടില്ലയിന്നും
വൻമരച്ചില്ലയിൽ ഞാൻ പിറന്നു
കൗതുക മാർന്നോരെൻ
ബാല്യകാലം
ചെങ്കതിർ രശ്മി പകർന്ന
ജീവചൈതന്യമേറ്റു
കിനാക്കൾ നെയ്തു
വെയിലേറ്റു വാടാതെ നിന്നിതെന്നും
മഞ്ഞിൻ കുളിരിലും കോടിയില്ല
പേമാരിയെന്നെ നനച്ചുലച്ചു
കാറ്റെന്നെയമ്മാനമാടി കൈയാൽ
തളരാതെശോഷിച്ചിടാതെ നിന്നു
തണലായി വൻമരശാഖ തന്നിൽ
ആഴത്തിൽ വേരുകളാഴ്ത്തി മണ്ണിൽ
നീർമുത്തു തിരയുന്ന കാലമോർക്കെ
ഇന്നെന്റെ നാരുപടലമൊക്കെ
വാടിപ്പഴുത്തിട്ടുണക്കാമായി
സിരകളിൽ വറ്റുന്നു നീരുറവ
ഞെട്ടറ്റു വീഴുന്നു മണ്ണിലേക്ക്
ചിതലിന്നുമാഹാരമായി പിന്നെ
പാഴ്ജന്മമായിതാ ചേർന്നു മണ്ണിൽ

സന്ധ്യവാസു,
ഹനുമാൻകാവ്

35. നീരണിയുന്ന മിഴികൾ

ഓർക്കപ്പുറത്തെന്തേ
നീരണിയുന്നീ മിഴികൾ
ഓർക്കുവാനാവാത്ത
നൊമ്പരങ്ങളാലോ.
ആശയാണെന്നും
നിരാശയ്ക്ക് ഹേതു,
ആ ആശയില്ലെങ്കിലീ
ജീവിതമെന്തിനായ്.
കുന്നോളമാശിക്കാൻ
ചൊല്ലിക്കൊടുത്തവർ,
ചൊന്നതുമില്ല, പറഞ്ഞതുമില്ല,
നിരാശയെ കണ്ണൊന്നു ചിമ്മി
വരവേൽക്കുവാൻ.
നിലാവിൽ പൂത്തൊരുങ്ങും
നറുമുല്ലയ്ക്ക് മോഹം,വാനിലെ
താരകംപോൽ വിളങ്ങീടുവാൻ.
ചേറിൽ പുലയ്ക്കും പൂച്ചോട്ടിക്ക് മോഹം
ആഴക്കടലിൽ മുങ്ങിത്തിമിർക്കുവാൻ.
തെറ്റാതെ നന്നാലു വരികളെഴുതീടുമ്പോൾ,
മോഹിപ്പൂ ഞാനും, നാലാളറിഞ്ഞീടുവാൻ,
മോഹങ്ങൾ വേണമതാവോളം വേണം
കൂട്ടത്തിൽ പരിശ്രമമേറെയും വേണം.
എന്തിലും മേലെയായ് ഗുരുത്വവും വേണം.
ഒന്നായിവ ചേർന്നു വരുന്നേരം നമ്മുടെ
ആശകളൊക്കെ സഫലമായ് മാറിടും.
നേരായും മിഴികൾ നനയാതിരുന്നിടും.

ടെനോ ആന്റണി

36. ശരത്കാലത്തെ കരിയിലകൾ

ഇലകൊഴിഞ്ഞ
വൃക്ഷാസ്തികളോട് കരിയിലകൾ,
ഇഷ്ടവസന്തത്തിന്റെ പുനർ
രൂപപ്പെടുത്തലുകളെയോർമ-
പ്പെടുത്തിയാശ്വസിപ്പിച്ചു.
വെറുമൊരു കരിയിലയല്ല
ഞാനിന്നു,
ഭൂമിക്കു പുതുജീവൻ
നൽകും സ്നേഹം
വഴിഞ്ഞൊഴുകുകയാണെന്നിലൂടെ.

ക്രിസ്റ്റീന ഫെലിക്സ്

പുതുനാമ്പായി
വശ്യമനോഹാരിതയോടെ
സാഫല്യമണയുമ്പോൾ
ഞാനീ മണ്ണിലലിഞ്ഞു ദ്രവിച്ചു
വിസ്മൃതിയിലാകും.

ശീതക്കാറ്റിൻ ഭീതിയിൽ
നടുങ്ങിയിട്ടുട്ടെങ്കിലും
ദിനരാത്രങ്ങളെന്റെ കണ്ണീരൊപ്പിയ
ഭൂമി സാക്ഷിയാണിന്നും, ഞാനീ
വൃക്ഷത്തോടുള്ള കടമകളെല്ലാം,
സൂര്യ രശ്മിയോടൊത്തു
നിർവഹിച്ചു സായൂജ്യമടയുകയാണ്
മാലോകരെ.

പരിണാമചാലകസൂചകം !

37. ഞെട്ടറ്റു വീഴുന്ന

ഞാനില്ലെങ്കിൽ ഈ ലോകം
നിശ്ചലമെന്ന് നിനച്ചാർത്തുല്ലസിച്ച
നാളുകളത്രയും അഹന്ത തൻ
മുൾമുനയാൽ ചോര ചീന്തിയ
ദേഹമലങ്കാരമാക്കി നന്നേ
ഉയർത്തിപ്പിടിച്ച ശിരസ്സുമായ്
ഉയരങ്ങളിലേക്ക് കണ്ണെറിഞ്ഞും
ഉന്തിത്തള്ളിയ ദിനരാത്രങ്ങൾ.
"ഞാനെന്ന"കുത്തകയിൽ
അടിച്ചമർത്തിയ രോദനങ്ങൾക്ക്
നടുവിൽ നിന്നട്ടഹസിച്ചപ്പോഴും
കാലത്തിന്റെ കണ്ണ് പൊത്തി
കളിയിലൊരു കൊടുങ്കാറ്റേറ്റ്
ഞെട്ടറ്റു വീഴുന്ന ഒരുദിനം
അരികിലായുണ്ടെന്നു
നിനച്ചതേയില്ല "ഞാൻ".

പ്രശോഭ എ.സി

38. കരിയിലയുടെ ദുഃഖം

തളിർത്തുനിൽക്കും ഇലകൾ
തൻ ചില്ലയിൽ
വിരിയുന്ന സ്വപ്നത്തിൻ
സൗഭാഗ്യമായി പച്ചതൻ
സൗന്ദര്യം മങ്ങിമങ്ങി
ഞരമ്പുകളാൽ വേറിട്ട്
ഞെട്ടറ്റുതാഴെ പഴുത്ത്
വീഴുന്നോരാ ഇലയുടെ ദുഃഖംകണ്ടു
പച്ചിലകൾ ചിരിതുകിനിന്നു.

സുവർണകുമാരി
ആലപ്പുഴ

നിനക്കും വരും ഇതുപോലൊരു കാലം
ഓർത്തു കൊള്ളുക പരമമായ സത്യം
ഞാനെന്ന ഭാവം നമ്മെ കുഴിയിലിറക്കീടും
അറിയാമെന്ന് നടിക്കുന്നതെല്ലാം
അഹന്തയായി മാറീടും.

ഒരു കാലം കഴിയുമ്പോൾ നമ്മളും കൊഴിയും
ഒരു ജീവിതത്തിനന്ത്യ രംഗം പോലെ
വിടർന്നുവിലസിയാ ജീവിതസന്ധ്യയിൽ
അടർത്തിയെറിഞ്ഞീടുന്നു കാലമേ!!
നിറം കെട്ടുപോകുന്ന കൊഴിഞ്ഞ ജീവിതം
മണ്ണോട് ചേർന്നലിഞ്ഞങ്ങ് തീർന്നീടുന്നു!!!

39. പഴമയുടെ നാട്ടിൻപുറം

മരതക പട്ടുടുത്ത പാടങ്ങൾ
അതിർത്തി കാക്കും കണക്കെ
തലയുയർത്തി കേരവൃക്ഷങ്ങൾ
നിബിഢമാം കരിമ്പിൻ കാടുകൾ
നീരു നിറഞ്ഞൊഴുകിയ തോടുകൾ
നീന്തി കളിക്കും പരൽമീനുകൾ
നോക്കെത്താ ദൂരം മണൽപ്പരപ്പ്
തെളിമായാർന്നൊഴുകിയ പുഴകൾ
ചെമ്മൺ പാതകളും ഇടവഴികളും
പുല്ലു മേഞ്ഞിരുന്ന കാലികൾ
പുലർച്ചെ കൂകി ഉണർത്തിയ
പൂങ്കോഴികളുടെ നീട്ടിയ കൂവൽ
വഴിയോരത്തെ മാടക്കടകൾ
പ്രഭാത വാർത്തകളുമായി കൂടിയിരുന്ന
നിഷ്ക്കളങ്ക സൗഹൃദങ്ങൾ
മായാതെ ഇന്നും മനസ്സിൽ ഉണ്ട്
എങ്ങോ മറഞ്ഞൊരാ മധുരിക്കും കാഴ്ചകൾ.

സുബാല
കൊൽക്കത്ത

40. കനവുകൾ

യാത്ര തുടങ്ങിയൊരുന്നാൾ നമ്മൾ
കണ്ടോരാസ്വപ്നച്ചിറകിലേറി
ദിക്കുകളേതന്നറിയാതേ..
നമുക്കായ് തീർത്ത പുഷ്പക
വിമാനത്തിലേറി ഗഗന മാർഗേ
ഗമിച്ചു കനവുകൾ തേടി.

കൃഷ്ണകുമാർ
ഹരിശ്രീ

കടലിന്റെ കദനങ്ങൾ
അലകളായ് അടുക്കവേ
അലിവോടെ കാത്തിരിക്കുമീ കടൽക്കരയും
കൺകളിൽ കനിവ് അഴകായ് തുടിച്ചീടവേ
കടലോളമാഴത്തിൽ കാത്തിരിക്കും നിനവുകൾ.

നിനച്ചീടും നേരത്ത് നിന്നരികിലെത്തുവാൻ,
നിഴൽ പോൽ നിന്നോടൊപ്പം സഞ്ചരിച്ചീടുവാൻ
മനമേറെ കൊതിക്കുന്നു തുടിക്കുന്നു ഹൃത്തും,
കനം തൂങ്ങും കരളിന്റെ ഗദ്ഗദമറിയുന്നുവോ ?

കാതരയായ് വന്നെന്നെ തലോടും നീയാം മന്ദ-
മാരുതൻ കാതിലൊഴുക്കും പ്രണയരാഗങ്ങൾ.
തപ്ത നിശ്വാസങ്ങളിൽ കുടിയേറും സ്നേഹാ-
തുരമാം നീലിമയിൽ ലയിക്കുന്നൂ എൻ സ്വപ്നം

41. നശ്വരം

പോക്കുവെയിൽ പൊന്നാട ചാർത്തി
തളർന്നുപോയ് മിഴികളടഞ്ഞുപോയ്
ജരാനരകൾ ബാധിച്ചൊരീ മനസ്സും
തനുവും ഏകനായ് ഞാനീ
പെരുവഴിയിൽ ..
തണലായും കാറ്റായും കുളിരായും ,
സ്നേഹം പകർന്ന നാളുകൾ
പോയ് മറഞ്ഞല്ലോ.
ദിനകരൻ മിഴി തുറന്ന നേരം
തൊണ്ട വരണ്ടു ഒരിറ്റു
ദാഹജലത്തിനായ് കേഴുന്നു ഏകനായ്.
കദനം നിറഞ്ഞ മാനസം നീറിടുന്നു ,
കണ്ണീരുപ്പുണങ്ങി വിണ്ടുകീറിയ
കവിൾത്തടം .
പിൻവിളിക്കായ് കാതോർത്തിട്ടും,
ആരും വന്നതില്ല തന്നതില്ല
ഒരിറ്റു ദാഹ ജലം .
ഇണയില്ല തുണയില്ല പൊയ്പോയ
നാളിൻ മധുര സ്മരണകൾ
നൽകും .താരാട്ടുപാട്ടിതാ
ഒഴുകി വരുന്നു എങ്ങു നിന്നോ ...
തുലാവർഷ പേമാരിയിൽ ഒഴുകി
ഞാനുമെൻ സ്വപ്നങ്ങളും .
ഓർത്തീടണം മനുജാ നീയെന്നും
"ഇന്നു ഞാൻ നാളെ നീ "

ഉഷ ദാസ്
ചെന്ദ്രാപ്പിന്നി

42. പ്രഭയേകൂ നിൻ കർമ്മം.

പ്രഭാതഭേരിയുയരുമ്പോഴും
പ്രഭാതസന്ധ്യ വിരിയുമ്പോഴും
പ്രഭാപൂരമാണീ നാടും നാട്ടാരും
പ്രഭാഷണം കർമ്മമാക്കുവാൻ .
അന്നൊരു കാലമുണ്ടായിരുന്നു.
ആരും കൊതിക്കുന്ന കാലം.
ആകാശ പറവകൾ പോലെ
ആനന്ദമേകും ദിനങ്ങൾ
ദുഃഖിച്ചാൽ ആയിരംപേർ
ആശ്വാസമായ് ഓടിയെത്തും
കണ്ണീർ വറ്റും മുൻപേ
വാത്സല്യപൂർവ്വം തലോടും.
ജേഷ്ഠാനുജർ തല്ലുകൂടുന്നു
വഴക്കിടുന്നു ഒക്കെ നൈമീഷികം .
അരപട്ടിണിയാണേലും ആരോടും
പരിഭവങ്ങളില്ലന്ന് ഇന്നോ?

ജോർജ്ജ് കിളിയാറ

43. കത്തിത്തീരുന്ന പകൽ

കത്തി തീരുന്നിതാ പകലോന്റെ
യാമങ്ങൾ കത്തിയമരുന്നിതാ
വെളിച്ചത്തിൻ മുത്തുകൾ .
കരയാൻ കണ്ണീരും
വറ്റിയൊരൂഷര ഭൂമിയായ്
കാലം കാത്തുവെച്ചൊരാ
കൂരിരുളിലാഴുന്നു.
ലോകമിത് കയ്യിലാക്കാൻ
ഓടിയോരോട്ടം നിലച്ചു വെട്ടിപ്പിടിച്ചൊരാ
സാമ്രാജ്യങ്ങളൊക്കെയും ശിഥിലം .
പറയാനേറെയുണ്ടെന്നാലും
കേൾക്കാനാളില്ലാതെ വീണിതാ
കിടക്കുന്നൊരാ നിശ്ചലനാമുഗ്രപ്രതാപി.
ഹൃദയം നിലച്ചിടാൻ ദൈവ കീർത്തനങ്ങളോതി
ഹൃദയം പകുത്തവരെത്തിടുന്നവൻ ചാരെ .
പിറുപിറുപ്പേറുന്നവർ ദൈവവിളി വേഗമാക്കാൻ .
അവർക്കായെരിഞ്ഞുതീർന്നൊരാ
ജീവനൊന്നസ്തമിക്കാൻ .
ഭൂമിയിലൊരു സ്വർഗ്ഗമതു പണിതുയർത്താൻ -
ചെയ്തയധർമ്മങ്ങളൊക്കെയും പാഴ് വേലയായ് .
ജീവച്ഛവമായ് കിടക്കുമവനന്ത്യ ശ്വാസത്തിനായ്
കാതോർക്കുകയാണുറ്റവരാം അവകാശിവ്യന്ദം.
പകലിൻ നാളങ്ങൾ കത്തിയമർന്നു ചാരമായ്
പടരുമിനിയൊരന്ധകാരത്തിൻ കടും കറുപ്പ് മാത്രം.
നാളെ വീണ്ടുമൊരു പകലോൻ പിറക്കുമിവിടെ
പ്രകാശമാം വസന്തങ്ങൾ തീർത്തിവിടെ
കത്തിത്തീരാനായ്.

ലാത്തീഫ് നമ്പ്രത്ത്

44. താരാട്ടുപാട്ട്

ഒരു താരാട്ടുപാട്ടിൻ ശീലൊന്നു
കേൾക്കുവാൻ,
ഒരു സാന്ത്വനത്തിൻ മധുരം
നുണയുവാൻ...
ഇന്നുമൊരു പൈതലായ്
മാറീടുവാൻ, എൻ
അമ്മ തൻ മാറിൽ
ചാഞ്ഞീടുവാൻ,ഒരിളം
പൈതലായ് മാതൃവാത്സല്യം
നുകർന്നീടുവാൻ
ഇന്നുമെന്നുള്ളം കൊതിച്ചീടുന്നൂ
അമ്മേ...
ആ താരാട്ടുപാട്ടൊന്നു
കേട്ടുറങ്ങാൻ, എൻ
അമ്മതൻ മാറിൽ
ചേർന്നുറങ്ങാനിന്നും
കൊതിച്ചിടുന്നൂ....
ആ താരാട്ടു പാട്ടൊന്നു
കേട്ടുറങ്ങാൻ,എൻ
അമ്മ തൻ സ്നേഹം കണി
കണ്ടുണരാൻ...
ഇനിയുമൊരു പൈതലായ്
മാറിടുവാൻ,എൻ
അമ്മതൻ മടിയിൽ ചാഞ്ഞീടുവാൻ...
എൻ അമ്മതൻ
ചാരത്തണഞ്ഞിടുവാൻ,ആ
താരാട്ടു കേൾക്കാനെൻ
മനമിന്നും തുടിച്ചിടുന്നൂ.

രെസ്ന

റെസ്നി.എം.റെഷീദ്

45. പൊരുൾ

ആകാശത്തിന്റെ രഹസ്യങ്ങളെ
ഭൂമിയിലെത്തിക്കാനാണ്
ഒരായുസ്സിന്റെ വില കൊടുത്ത്
ഇലകളോരോന്നും മണ്ണിൽ
പൊഴിയുന്നത്.

ശരത് എസ്
ബാവക്കാട്ട്

കാറ്റു പറഞ്ഞതും
കിളി പറഞ്ഞതുമായ
അനേകമനേകം കഥകളെ
സൂക്ഷ്മത്തിൽ കേട്ടിരുന്ന്
ഭൂമിക്ക് നിറം നൽകാനാണ്
ചെടികൾക്കോരോന്നിന്നും
ഇലകൾ നൽകിയിരിക്കുന്നത്.

ചില്ലയോട് ചേർന്ന കാലവും
വേരിനോട് ചേരുന്ന നേരവും
ഇലകളവയുടെ
ദൗത്യം നിറവേറ്റിക്കൊണ്ടിരിക്കുന്നു.

46. അവധിയെടുത്ത ദൈവങ്ങൾ

കരിഞ്ഞുപോയ കിനാക്കളുടെ
ചാരമെടുത്തവൾ.
അദൃശ്യനാം ദൈവത്തിനഭിഷേകം
നടത്തി.
മാറ്റി നിർത്തി നിശബ്ദരാം
ദൈവങ്ങളെ, തലയുയർത്തി
നിന്നവളാ മരക്കൂടിനുള്ളിൽ .
കോടതിമുറിയിലെ
ചോദ്യശരങ്ങളവളിൽ ചോര
പൊടിക്കാനാവാതെ തളർന്നു.
കൺമുന്നിൽ മിന്നിമറഞ്ഞാ
ദൈവങ്ങൾ അവധിയെടുത്ത
നിശയും.
അന്ധകാരത്തിന്റെ
മറവിലവരവളുടെയുടയാട
പറിച്ചെടുത്ത രാവും.
അദൃശ്യരാം
ദൈവങ്ങളവധിയിലെന്നറിയാതവൾ
ഉച്ചത്തിൽ കരഞ്ഞ നിമിഷങ്ങളും.
ശരീരത്തിലെ ഒരോ അണുവിലും
പുഴുക്കളെന്നപോലെയാ
നാരാധാമന്മാർ ഇഴഞ്ഞു
നടന്നതോർത്തവൾ.
തിരിച്ചു വന്നാ സ്മൃതികൾ തൻ
കൂടാരത്തിൽ നിന്നും.
ദൈവങ്ങൾ അവധിയെടുത്ത
ആ കറുത്ത വിഷം നിറഞ്ഞ
രാവോർമ്മകളിൽ നിന്നും.

വൈക

47. അനാഥപത്രം

ഒരു കുഞ്ഞു തെന്നൽ വന്നുടലിൽ
തലോടുമ്പോൾ
ചെറു നാണം കൊണ്ടു നീ തല നമിച്ചു.
ചിലുചില നാഥത്തിൽ
നർത്തനം ചെയ്യവേ കുളിർ മഴ
മെല്ലെത്തഴുകിയെത്തി

സുലേഖ രാജൻ

എത്രയോ പക്ഷങ്ങൾ കൂടുകൂട്ടാനായി
നിൻതളിർ മേനി മറപിടിച്ചു. പല പല
പക്ഷികൾ കളകള ശബ്ദത്തിൽ
പതിയെ പറന്നങ്ങുയർന്നുപൊങ്ങി.

ശിശിരത്തിൻ വരവറിയിക്കുന്ന
മാരുതൽ
നരവീണ പത്രത്തെ നോട്ടമിട്ടു
ഇളകിക്കളിച്ചൊരാ ഇലകൾ തൻ
ഉത്മാദം
ഒരു കാറ്റ് വന്നങ്ങടിച്ചു വീഴ്ത്തി .
പരതിയപത്രങ്ങൾ ഒരു കരം നീട്ടുവാൻ
അരികലായ് ആരുമേ വന്നതില്ല.

48. ചെമ്മാനം

ചെമ്മാനമിതൊന്നുദിച്ചേയെന്റെ
തൊടിയിലും പിന്നെന്റെ മേനിയിലും.
അണയുവാൻ വെമ്പുമോരർക്കന്റെ
ശോണിമ അണിയുവാൻ കൊതിച്ചു
ഞാൻ നിന്ന നേരം.

രേവതി സുരേഷ്
അരൂർ

അന്തിക്കു ഞാനിതാ
പോകുന്നേയെന്ന്
അത്ര മേലിഷ്ടത്തോടൊന്നു ചൊന്നു.
എങ്കിലും നിൻ കണ്ണിൽ കാണുന്നു ഞാൻ
എന്നെ പിരിയുന്ന ശോകത്തേയും.

വീണ്ടും കാണാം നമുക്കെന്നുമോതി
വീണുപോകും മുൻപ് നീ മൊഴിഞ്ഞു.
ഞാനും കൊതിച്ചു നിൻ ശോണിമ
മറയാതെ എന്നെ തഴുകിയെങ്കിലെന്ന്.

ചെമ്മാനം പൂത്ത് നിന്നേ
ചെമ്പട്ട് വിരിച്ച് നിന്നേ.
യാത്രയാകുമാ അരുണന്റെ
വാർദ്ധക്യഭാവം എത്രയോ സുന്ദരം.

49. പുനർജ്ജനിക്കാം

ഹൃദയത്തിലേറ്റ മുറിവുമായെൻ -
ഇതൾ കൊഴിഞ്ഞു വീഴുന്നെൻ
ജീവിതത്തിൽ ...
നിത്യ ഹരിത ചമയ്ക്കുവാൻ -
ഒരോ ഋതുവുമെത്തുന്നു
ഓർമ്മകളുടെ ഇരുൾ
വെളിച്ചത്തിൽ ...
നിയാകുമീ വടവൃക്ഷ മതിൽ
ചുറ്റി പടർന്നു തളിർത്തും ...
പുഷ്പിക്കുന്നൊരു
പ്രണയത്തിന്റെ പൂക്കളായ് -
വരും ജന്മത്തിലെങ്കിലും
വാടാതെ കൊഴിയാതെ ...
തരളിതമാകുവാൻ ഉലകിനു
ജീവഗന്ധം പകരുവാൻ
പുനർജ്ജനിക്കാം ഒരു
ജന്മമെങ്കില്ലും

മഞ്ജുഷ ഗിരീശൻ

50. ഋതുഭേദങ്ങൾ

ഒരു നാളിൽ ഹരിതാഭ
വീശി ഞാൻ നിന്നു..
തനുവിന്നു കുളിരേകും
തണലായി നിന്നു..
അന്നെന്റെ സിരകളിൽ
ബാല്യകൗമാരത്തിൻ
നീരും ചോരയുമോടി നടന്നു...

ജയകുമാർ
ചന്തിരൂർ

അന്നു ഞാൻ കാറ്റിനെ പ്രണയിച്ചിരുന്നു..
കാറ്റെന്നെപ്പുൽകുവാനെത്തിയിരുന്നു..
കാറ്റിന്റെ കൈ പിടിച്ചുന്മാദ നൃത്തം
ചവിട്ടി തിമിർത്തു ഞാനാടിയി രുന്നു..

ഒരു വേള ഋതു മാറി, കാലങ്ങൾ വഴി മാറി
എന്നിലാ ഭേദങ്ങൾ മാറ്റം വരുത്തി..
ഹരിതാഭ മാറീട്ട് പീതമായ്ത്തീർന്നു ഞാൻ
വീഥി തന്നറ്റമങ്ങകലെയായ് കണ്ടു...

എന്നുടൽച് ചുക്കിച്ചുളിഞ്ഞു പോയെങ്കിലും
മാരുതൻ സാന്ത്വനമേകി വന്നു..
പിന്നൊരിക്കൽ അവൻ
വന്നെന്നെപ്പുൽകവെ
എന്നുടൽ ജീവനെ വേർപെട്ടു പോയ് .